வாழும் மாமலை
நம் காலத்து அ நீதிக்கதை

வாழும் மாமலை
நம் காலத்து அ நீதிக்கதை

அமிதாவ் கோஷ் (பி. 1956)

இந்திய ஆங்கில எழுத்தாளர்களில் மிக முக்கியமான படைப்பாளிகளில் ஒருவராக மதிக்கப்படுபவர். ஞானபீட விருது பெற்றவர். நிழல் கோடுகள் உள்ளிட்ட நாவல்களின் ஆசிரியர். சமகாலச் சமூக அரசியல் போக்குகள் குறித்த கூர்மையான, ஆழமான கட்டுரைகளை எழுதிவருபவர்.

கண்ணன் (பி. 1965)
மொழிபெயர்ப்பாளர்

நாகர்கோவிலிலும் பெங்களூரிலும் கல்வி கற்றார். 1994இல் *காலச்சுவடு* இதழை மீண்டும் தொடங்கி அதன் ஆசிரியர் – பதிப்பாளராகப் பணியாற்றிவருகிறார். ஊடகங்கள், பதிப்புச் சூழல், அரசியல் முதலான பொருள்கள் குறித்துக் காத்திரமான கட்டுரைகளை எழுதிவருகிறார். எது கருத்துச் சுதந்திரம்?, பதிவுகள் அழியும் காலம், பிறக்கும் ஒரு புது அழகு முதலிய நூல்களின் ஆசிரியர்.

மனைவி   : மைதிலி.

மகன்கள்   : சாரங்கன், முகுந்தன்.

தொடர்புக்கு : *kannan31@gmail.com*

அமிதாவ் கோஷ்

வாழும் மாமலை
நம் காலத்து அ நீதிக்கதை

தமிழில்
கண்ணன்

காலச்சுவடு பதிப்பகம்

> அன்பார்ந்த வாசகருக்கு,
>
> வணக்கம்.
>
> காலச்சுவடு நூலை வாங்கியமைக்கு நன்றி.
>
> நூலின் உள்ளடக்கம், உருவாக்கம், அட்டைப்படம் இன்ன பிற அம்சங்கள் பற்றிய உங்கள் கருத்துகளையும் ஆலோசனைகளையும் காலச்சுவடு வரவேற்கிறது. தகவல், எழுத்து, வாக்கியப் பிழைகள் தென்பட்டால் கட்டாயம் தெரிவித்து உதவுங்கள். நூல் தயாரிப்பில் கடும் குறைபாடு இருப்பின் மாற்றுப் பிரதி உங்களுக்குக் கிடைக்கக் காலச்சுவடு ஏற்பாடு செய்யும்.
>
> மின்னஞ்சல்: **publisher@kalachuvadu.com**
>
> காலச்சுவடு நாகர்கோவில் தலைமையகத்துக்கும் கடிதம் அனுப்பலாம்.
>
> தங்கள்
> எஸ்.ஆர். சுந்தரம் (கண்ணன்)
> பதிப்பாளர் – நிர்வாக இயக்குநர்

The Living Mountain: A Fable for Our Times By Amitav Gosh

வாழும் மாமலை: நம் காலத்து அ நீதிக்கதை ◆ குறுநாவல் ◆ ஆசிரியர்: அமிதாவ் கோஷ் ◆ தமிழில்: கண்ணன் ◆ © அமிதாவ் கோஷ் ◆ முதல் பதிப்பு: ஜனவரி 2023 ◆ வெளியீடு: காலச்சுவடு, 669, கே.பி. சாலை, நாகர்கோவில் 629001

காலச்சுவடு பதிப்பக வெளியீடு: 1179

vaazum maamalai: Nam Kaalathu A Neehthikathai ◆ Microfiction ◆ Author: Amitav Ghosh ◆ Translated by Kannan ◆ © Amitav Ghosh ◆ First Edition: January 2023 ◆ Language: Tamil ◆ Size: Crown 1 x 8 ◆ Paper: 18.6 kg maplitho ◆ Pages: 48

Published by Kalachuvadu Publications Pvt. Ltd., 669, K.P. Road, Nagercoil 629001, India ◆ Phone: 91-4652-278525 ◆ e-mail: publications@kalachuvadu.com ◆ Printed at Mani Offset, Chennai 600077

ISBN: 978-81-960862-8-2

01/2023/S.No. 1179, kcp 4239, 18.6 (1) 9ss

ஓவியங்கள்: தேவாங்கனா தாஷ்

1

என்னுடைய புத்தகக் குழு தோழி மான்சிதான் 'அந்திரபொஸீன்' (Anthropocene) (மானுடாதிக்க காலம்) என்ற சொல்லை எனக்கு அறிமுகப்படுத்தினார். மான்சிக்கும் எனக்குமான உறவு சற்றே வினோதமானது. ஒருவரையொருவர் அறிந்த இத்தனை ஆண்டு களிலும் நாங்கள் நேரில் சந்தித்துப் பேசியதும் இல்லை. முகப்பரிச்சயம் கொண்டதும் இல்லை. எங்களுடைய எல்லாப் பரிமாற்றங் களும் இணையம்வழிதான், அதுவும் அவ் வப்போதுதான். ஆனால் காலப்போக்கில் இந்தச் சந்திப்புகள் எங்கள் இருவருக்குமே மிக முக்கியமானவை ஆகிவிட்டன.

தான் பங்கெடுத்துவந்த எல்லா வாசக வட்டங்களும் கசந்துபோய் மான்சி தொடங்கிய இணையப் புத்தகக் குழுவில்தான் முதலில் சந்தித்தோம்.

மான்சி சொன்னார், 'எல்லோரும் தங்களைப் பற்றியே அதிகம் பேசுகிறார்கள்'. அவருடைய குழுவில் ஒரு ஆதாரமான விதி இருந்தது. 'இது என்னையல்ல, நூலைப் பற்றியது.' இந்த விதி பலரையும் கவரவில்லை. எனவே உறுப்பினர்கள் யாரும் அதிக

நாட்கள் நீடிக்கவில்லை. ஆனால் என்னுடைய குணத்திற்கு இந்த விதி பொருந்திப்போனது. மான்சிக்கும்தான். குழுவில் நாங்கள் இருவர் மட்டுமே எஞ்சியிருந்தாலும் நாங்கள் எங்களைப் பற்றிப் பேசிக்கொள்வதே இல்லை. எனவே எனக்கு மான்சிபற்றித் தெரிந்ததெல்லாம், அவர் நேபாளத்தில் பிறந்தவர், தற்சமயம் நியூயார்க்கில் வசிப்பவர், ‘அந்தரபொலோகயா’ என்ற வளர்ந்து வரும் இணைய ‘வடிவமைப்பு ஆடையக’த்தில் விற்பனை மேலாளராகப் பணியாற்றுபவர்.

ஒவ்வொரு புத்தாண்டு தினத்தன்றும் நாங்கள் மாறி மாறி அடுத்த 12 மாத வாசிப்புக்கான பொருளைத் தெரிவுசெய்வோம். எங்கள் தேர்வு பரந்துபட்டதாக இருக்கும். ஓராண்டு ‘கடற்பயணப் புனைவுகள்’, மற்றொரு ஆண்டு ‘சாகசப் பயணிகள்’. இருப்பினும் நாங்கள் சுயகட்டுப்பாட்டுடன் தேர்வு செய்ததைத் தொடர்ந்து வாசித்தோம்.

இந்த ஆண்டு மான்சியின் முறை. ‘உனக்கு ஒரு ஆச்சரியம் காத்திருக்கிறது’, என்று மான்சி அறிவித்தார். நீயும் நானும் ‘அந்திரபொஸீன்’ பற்றி வாசிக்கப்போகிறோம்.

முதல் நாள் புத்தாண்டுக் கொண்டாட்டங்களில் இரவெல்லாம் கலந்துகொண்டதால் அசமந்தமாக இருந்தேன். அது என்னது? எனக்குப் புரியவில்லையே!

‘அந்திரபொஸீன்’

அந்தத் தொடரை நாக்கில் தவழவிட்டேன். இதற்கு என்னதான் பொருள்?

‘எனக்கும் தெரியவில்லை’ என்று மான்சி ஒப்புக்கொண்டார். ஆனால் தெரிந்து கொள்ளத்தான் வேண்டும். என்னுடைய நிறுவனம் இதை இந்த ஆண்டுக்கான ஒயிலுடை கருப்பொருளாக (ஃபேஷன் தீம்) கைகொண்டுள்ளது.

‘ஆனால் மான்சி! இது ஒரு இட்டுக்கட்டிய சொல் போலல்லவா உள்ளது?’ என்று முரண்பட்டேன். ‘இதை எப்படி உச்சரிப்பதென்றாவது உனக்குத்தெரியுமா?’

‘தெரியாது!’ என்றார் மான்சி, ஆனால் எளிதில் கண்டுபிடித்துவிடலாம்.

எனவே நாங்கள் எங்கள் திரைகளைப் பகிர்ந்து கொண்டு யு டியூப்பில் தேடினோம். முதல் ஒளிக்கோப்பில் ஒரு தாடிப் பேராசிரியப் பெருந்தகை, இதன் சரியான உச்சரிப்பு, ‘அந்தறோப்போஸின்’தான் என்றார்.

இருவருமே ஒருசேர எக்களித்தோம்! ‘கொடுமை’ என்றாள் மான்சி!

‘குமட்டுகிறது’ என்றேன் நான். இந்த வருடம் பூராவும் இப்படி ஒரு குமட்டலை உச்சரித்துக்கொண்டிருக்க முடியாது!

ஆகவே மீண்டும் தேடினோம். இன்னொரு தாடிப் பேராசிரியப் பெருந்தகையிடம் வந்தடைந்தோம். ஆனால் இவரோ, ‘ஆண்திரபொஸீன்’ என்றார்.

இது பரவாயில்லை என்றேன் நான்.

‘வயிற்றைப் புரட்டாமலாவது இருக்கிறதே. ஒரு வருடத்தை ஓட்டிவிடலாம்தான்’ என்றார் மான்சி.

‘இதைத்தான் படிக்கவேண்டும் என்பதில் உறுதியாக இருக்கிறாயா மான்சி?’ என்று கேட்டேன்.

ஆமாம்! என்றார் அவர். ‘ஆனால் கவலைப்படாதே. நான் கொஞ்சம் ஆய்ந்து பார்த்துவிட்டு நாளை காலைக்குள் வாசிப்புக்கான ஒரு பட்டியலை அனுப்பிவைக்கிறேன்.’

மறுநாள் காலையில் மான்சியின் செய்தி உள் பெட்டியில் இருக்கும் என்று எதிர்பார்த்தவாறே கண்விழித்தேன். ஆனால் அன்றோ மறுநாளோ எந்தச்

செய்தியும் இல்லை. கிட்டத்தட்ட ஒரு வாரத்திற்குப் பின்னர்தான் மான்சி அனுப்பிய செய்தி என் திரையில் தோன்றியது!

நான் காலம் கடந்து தொடர்புகொள்வதற்கு மன்னிக்கவும். கடந்த சில நாட்கள் மோசமானவை. இணையத்தில் ஒரு வாசிப்புப் பட்டியலைப் பார்த்து, அதிலிருந்து தோராயமாக ஒரு நூலை எடுத்து வாசிக்கத் தொடங்கினேன். அந்நூல் கணக்குகளும் விளக்கப்படங்களும் கொண்ட சுவையான அறிவியல் நூலாக இருக்கும் என்று எதிர்பார்த்தேன். ஆனால் அது கொஞ்சம்கூட அப்படியிருக்கவில்லை. கண்காணாத் தீவில் சாதாரண மக்கள் கொடூரமான விதியைச் சந்தித்ததைப் பற்றிய நூல் அது. இரவெல்லாம் விழித்திருந்தேன். பின்னர் உறங்கியபோது ஒரு கொடுங்கனவைக் கண்டேன் – அது என்னுடைய கனவா அல்லது என் பாட்டியிடம் கேட்டிருந்த கதையின் நினைவா என்பது தெரியவில்லை. ஆனால் நான் ஆடிப்போய்விட்டேன் என்பதால் என்னுடைய மன ஆற்றுப்படுத்துனரைச் சந்தித்தேன். அவர் நான் இதை எழுத்தில் பதிவு செய்ய வேண்டும் என்றார். ஆகவே எழுதினேன். இதை ஒருமுறை படித்துப்பார்ப்பாயா?

2

என்னுடைய கனவில் நான் ஒரு இளம் பெண். பரஸ்பரம் சண்டைபிடிக்கும் பல கிராமங்களைக் கொண்ட இமாலயத்தின் உயர் பகுதியில் இருந்த பள்ளத்தாக்கு ஒன்றில் வளர்ந்தேன். மேகங்கள் மூடுண்டிருந்த முகடுகளைக் கொண்ட ஒரு மலை பள்ளத்தாக்கின் முன் உயர்ந்து நின்றது. அதன் பெயர் மகாபர்வதம். மாமலை. எங்களுக்குள் ஆயிரம் இருந்தாலும் நாங்கள் அனைவரும் மாமலையை வழிபட்டோம். ஏனெனில் எங்கள் முன்னோர்கள் எங்களுக்குச் சொல்லிக் கொடுத்தது இவைதான்: உலகின் மலைகளிலேயே உயிர்ப்பு மிகுந்தது எங்கள் மலைதான், அது எங்களைப் போற்றிப் பாதுகாக்கும். ஆனால் ஒரு நிபந்தனை உண்டு: நாங்கள் அதைப் பற்றிக் கதைகள் பல பேச வேண்டும், விலகி நின்று ஆடிப்பாட வேண்டும். எங்கள் பள்ளத்தாக்கின் மீற முடியாதவிதி, முரண்படும் எல்லா கிராமங்களும் பின்பற்றும் நியதி, நாங்கள் எக்காரணம் கொண்டும் மகாபர்வதத்தின் சரிவுகளில் கால் பதிக்கக் கூடாது.

நாங்கள் முன்னோருக்குச் செவிமடுத்து மலையிலிருந்து விலகி நின்றோம். அந்த மலை எங்கள் மீது கரிசனமுடைய வாழும் ஜீவன் என்பதை உளமார உணர்ந்திருந்தோம். அதற்கான சான்றுகளை, அதன் சரிவுகளின் வழி ஓடிடும் நதிக்கரையோரமாக ஓங்கி நிற்கும் அந்த மரங்களை, எங்களைச் சுற்றிலும் அனுதினமும் கண்டோம். வேறெங்குமின்றி எங்கள் பள்ளத்தாக்கில் மட்டுமே வளரும் இந்த மரத்திலிருந்து எங்களுக்குக் கிடைத்தவை அற்புதமானவையாக இருந்ததால் அதனை அற்புத மரம் என்றே அழைத்தோம். அதன் இலைகள் பூச்சிகளை விரட்டின, அதன் தடி தண்ணீரில் ஊறாதது, அதன் வேர்களில் அபூர்வமான காளான்கள் வளர்ந்தன, அதன் மலர்களிலிருந்து வாசம் மிகுந்த தேன் கிடைத்தது, அதன் பழம் சுவை மிகுந்தது. இவை எல்லாவற்றையும்விட அபூர்வமானது அதன் பழங்களினுள் இருந்த கொட்டை. ஈடு இணையற்ற வாசம் கொண்டிருந்த அந்தக் கொட்டைகளின் பற்பல மருத்துவப் பயன்களுக்காக மலையடிவாரத்து மக்கள் நீண்ட நெடுந்தூரம் தேடி வந்தார்கள்.

பள்ளத்தாக்கு மக்களிடையே எத்தனையோ முரண்பாடுகள் இருந்தாலும், ஒரு விஷயத்தில் நாங்கள் ஒத்த கருத்துடன் இருந்தோம்: எங்கள் பள்ளத்தாக்கினுள் நுழைய அந்நியர்களுக்கு அனுமதி மறுக்கப்பட்டது. எங்கள் பொருட்களைக் கொள்முதல் செய்ய வருபவர்கள் அகழியால் பாதுகாக்கப்பட்ட மலைப்பாதையில் காத்திருக்க வேண்டும். அங்கு ஆண்டுக்கு ஒருமுறை பனி உருகிய பின்னர் எங்கள் மூத்தகுடி ஆண்களும் பெண்களும் மலையடிவாரத்திலிருந்து வரும் வியாபாரிகளைச் சந்திக்கச் செல்வார்கள். அந்த ஒரு வாரத்தில் எங்கள் மலையின் அற்புதப் பொருட்களை – அற்புதக் கொட்டைகள், அபூர்வம் காளான்கள், சுவைமிக்க தேன், மூலிகைகள், இன்ன பிற வகையறாக்களை – கொடுத்து ஓராண்டிற்கு எங்களுக்குத் தேவையானவற்றைக் கொள்முதல் செய்வார்கள்.

ஆண்டுச் சந்தை முடிந்ததும் மூத்த குடியினர் வந்தோர் அனைவரையும் அனுப்பிவிட்டு அகழியில் காவலாளிகளை நிரந்தரமாக நிறுத்திவைப்பார்கள். பின்னர் அவர்கள் வீடுதிரும்பியதும் ஒவ்வொரு கிராமமும் மாமலைக்கு நன்றியறிவிக்கும் விழாவை நடத்தும். மந்திரங்கள் ஓதிப் படையல் வைத்த பின்னர் எங்கள் பள்ளத்தாக்கு முழுவதும் விருந்தும் ஆட்டமும்பாட்டமுமாக இருக்கும். எங்களுக்கு ஒவ்வொரு ஆண்டும் ஆக மகிழ்ச்சியான நாள் அதுதான்.

பள்ளத்தாக்கு வாழ்க்கை கடினமானது – உணவுக்காக நாங்கள் கடினமாக உழைக்க வேண்டியிருந்தது. அல்லாதபோது நாங்கள் அண்டை வீட்டாருடன் சண்டைபிடித்தோம். எங்களுக்கு வேறு வாழ்க்கை தெரியாது. இருப்பதில் நிறைவு கண்டோம். நாங்கள் ஏன் நிறைவுகாண மாட்டோம்? எங்கள் மாமலையை யும் அதன் அற்புத மரங்களையும் பற்றிய கதைகள் கேட்பதை ரசித்தோம், எங்கள் பாடல்களைப் பாடுவதை நேசித்தோம். எல்லாவற்றையும்விட ஆடுவதை விரும்பினோம். எங்கள் ஆடலில் முன்னிற்பவர்கள் எப்போதும் பெண்கள்தான். அவர்களில் மிகத்திறமை யானவர்களைத் தேர்ந்திலியர் என விளித்தோம். சில வேளைகளில் ஆடிக்கொண்டிருக்கையில் தேர்ந்திலியர் களுக்கு சன்னதம் வரும். அந்த மாமலை தமது உள்ளங்கால்கள் வழி தம்மிடம் பேசுவதை உணர்ந்ததாகச் சொல்வார்கள்.

நாங்கள் தேர்ந்திலியர்களாக எவ்வளவு ஏங்கினோம்!

காலம் எப்போதும்போலக் கடந்து போய்க்கொண் டிருந்தது. பின்னர் ஒரு ஆண்டில் சந்தை வாரத்திற்குச் சென்று திரும்பிய மூத்தகுடிகள் கலக்கத்துடன் காணப் பட்டனர். அந்த ஆண்டு தொலைதூரப் பிரதேசத்தி லிருந்து புதிய இனத்து அந்நியர் ஒருவர் வந்ததாகத் தெரிவித்தார்கள். அவருடைய மக்கள் அந்தரோபோய்

என்றழைக்கப்பட்டனர். அவர்களுடைய நிபுணர்கள் எங்களுடைய பழக் கொட்டைகளைப் பற்றி அறிந்திருக்கிறார்கள். எனவே எங்கள் பள்ளத்தாக்கையும் அதன் விளைச்சல்களையும் அறிந்துவர அந்த அந்நியரை அனுப்பியிருக்கிறார்கள்.

மூத்தகுடியினர் தமது சாதனங்களை – காளான்கள், மூலிகைகள், கொட்டைகள், தேன் ஆகியவற்றை – அவர்முன் பரப்பியிருக்கின்றார்கள். ஆனால் அந்த அந்நியருக்கு அவை போதவில்லை. அவர் பள்ளத்தாக்கினுள் நுழைந்து தனது கண்களால் அதைக் காண விரும்பியிருக்கிறார்.

அது சாத்தியமே இல்லை என்பதை மூத்தகுடிகள் அவரிடம் தெரிவித்தனர்: இது பள்ளத்தாக்கின் சட்டதிட்டங்களுக்கு விரோதமானது. மாமலை அதை விரும்பவில்லை. அந்த அந்நியர் இதனால் சங்கடமடைந்தார். இருப்பினும் சிரித்துக்கொண்டே சொன்னார்: “நான் உங்கள் பள்ளத்தாக்கில் நுழைய முடியாது என்பதால் அதைப் பற்றி நான் உங்கள் வழியாகத்தான் அறிந்துகொள்ள முடியும். உங்கள் பள்ளத்தாக்கைப் பற்றியும் அதிலிருந்து கிடைக்கும் விலைமதிப்பற்ற பொருட்கள் பற்றியும் என்னிடம் சொல்லுங்கள்.”

“எங்கள் பள்ளத்தாக்கின் ஆக முக்கியமான விஷயம், பரிவர்த்தனை செய்யமுடியாத சாதனம், எங்களுடைய வாழும் மாமலை மகாபர்வதம்தான்.”

“ஆ! அப்படியா? உங்கள் மலையைப் பற்றிச் சொல்லுங்கள்” என்றிருக்கிறார் அந்த அந்நியர். எங்கள் மூத்தகுடிகள் மகாபார்வதம் பற்றிச் சொல்லியிருக்கின்றனர். பனியுருகி ஒழுகும் அதன் பல நீரோடைகள் . . . அந்த அந்நியர் அவர்கள் சொன்னதைக் கூர்ந்து கேட்டு எல்லாவற்றையும் மிக அக்கறையாகக் குறித்துக்கொண்டிருக்கிறார். எங்கள் மூத்தகுடிகள் சிலர் அவர் நோக்கத்தை சந்தேகித்தனர்.

வார இறுதியில் அடிவாரத்து மக்கள் அனைவருடன் அவரும் சென்றுவிட்டது அவர்களுக்கு நிம்மதியைத் தந்தது. அவர் அமைதியாகச் சென்றுவிட்டார் எனினும், அவருடைய கடைசி வார்த்தைகள் ஒரு எச்சரிக்கைபோல ஒலித்தன: "நாம் உறுதியாக மீண்டும் சந்திப்போம்!"

3

ஓராண்டு உருண்டோடியது, பின்னர் இரண்டாம் ஆண்டு, அந்த அந்நியனின் சுவடே தெரியவில்லை என்றதும் மூத்தகுடிகள் நிம்மதியடைந்தனர். பின்னர் திடீரென்று ஒரு நாள், அந்த மாமலை அதிர்ந்து குலுங்கியது. பெரும் பனிச்சரிவுகள் உறுமியபடி அடிவாரத்தை நோக்கிச் சரிந்தன. பள்ளத்தாக்கில் பிளவுகள் தோன்றின.

எல்லோரும் பயந்து நடுங்கித் தேர்ந்திலியர்களைக் கேட்டோம்: “என்ன நடக்கிறது? மாமலை என்ன சொல்கிறது?”

தேர்ந்திலியர்கள் தங்கள் காதுகளாலும் உள்ளங்கால்களாலும் நிலத்தில் அதிகவனமை யாகக் கேட்டுணர்ந்தனர். அவர்கள் எங்களை நோக்கியபோது முகம் இருண்டிருந்தது. ஒரு காலச்சக்கரம் முடிந்துவிட்டது. மற்றொரு காலச்சுழற்சி தொடங்கிவிட்டது. துன்பகாலச் சுழற்சி தொடங்கிவிட்டது. பெருந்திரளாக அந்நியர்கள் கொடும் ஆயுதங்களை ஏந்தி வருகிறார்கள்.

இது நடந்து சிறிது நேரத்திலேயே ஒரு காவலாளி மலைப்பாதையிலிருந்து ஓடி வந்தான். அந்தரோபோயினரின் ராணுவம் வந்துவிட்டதைத் தெரிவித்தான். அவர்கள் எண்ணிக்கையில் அதிகமில்லை

எனினும் அவர்களிடம் வலுவான ஆயுதங்கள் இருந்தன, அவர்கள் போர்க்கலையில் நிபுணர்களாக இருந்தார்கள். அவர்கள் அகழியை கையகப்படுத்திக் காவலாளிகளையும் சிறைபிடித்துவிட்டார்கள். பள்ளத்தாக்கிற்குச் செய்தி கொண்டுவருவதற்காக – அந்தரோபோயினர் அந்த மாமலையைக் கைப்பற்ற முடிவுசெய்திருப்பதை தெரிவிப்பதற்காக – அவனை மட்டும் விடுத்திருந்தார்கள். அவர்களுடைய நிபுணர்கள் முதலில் வந்தவரிடம் சொல்லப்பட்ட விவரங்களைப் பரிசீலித்து எங்களுக்குத் தெரியாத பொக்கிஷங்கள் மாமலையினுள் புதையுண்டுள்ளன என்று உறுதியாக முடிவெடுத்துள்ளார்கள். நாங்கள் மாமலை ஜீவனுடையது என்று நம்பும் வெகுளியான அஞ்ஞான மக்கள் என்பதால் எங்களுக்கு இது தெரியவில்லை. அந்தரோபோய் நிபுணர்கள் மட்டற்ற விவேகமுடையவர்கள் என்பதாலும், நாங்கள் மாமலையின் செல்வங்களைப் பயன்படுத்திக் கொள்ளத் தவறிவிட்டதாலும், அவர்கள் அம்மலையைக் கைப்பற்றி வேண்டியதை எடுத்துக்கொள்வதே சரி என முடிவுசெய்துள்ளார்கள்.

பள்ளத்தாக்கெங்கும் இறுக்கமான மௌனம் பரவியது. இது சாத்தியமேயில்லை!, நாங்கள் ஒரே குரலில் சொன்னோம். இதை நாங்கள் அனுமதிக்கவே மாட்டோம். நாம் அவர்களைத் தடுக்க முயன்றால் நம்மோடு சண்டையிட வேண்டிவரும் என்று அவர்கள் சொன்னார்கள் என்றான் காவலாளி. அவர்கள் மலையேறி மாமலையைக் கைப்பற்றுவதை அனுமதிப்பதைத் தவிர தமக்கு வேறு மார்க்கமில்லை என்கிறார்கள். அது மட்டுமல்ல, நாம் அவர்களுக்கு உதவவும் வேண்டுமாம். இல்லையெனில் நம்மைக் கொல்வார்களாம் அல்லது அடிமையாக்குவார்களாம்.

இப்படி ஒரு இறுதி எச்சரிக்கையை ஏற்பதற்கில்லை. எனவே நாங்கள் – ஆண்கள், பெண்கள், இளைஞர்கள், வயோதிகர்கள் – அனைவருமே போராடுவது என்று

தீர்மானித்தோம், போராடவும் செய்தோம். நாங்கள் வீரத்துடன் போரிட்டோம் ஆனால் பயனில்லை. எங்களுடைய சில கிராமங்கள் போரில் தோல்வியடைந்தன, சூழ்ச்சியினால் சில கிராமங்கள் தமது அண்டை கிராமங்களையே தாக்கிட வழிகோலப்பட்டது. இன்னும் சில கிராமங்கள் போதைப்பொருட்களின் மூலம் கனவுபோன்ற சுயநினைவற்ற நிலையில் முடக்கப்பட்டன.

நாங்கள் அடிமைப்பட்டதும் அந்தரோபோயினர் எங்களைத் திரட்டி, ரௌத்திரம் மிகுந்த படையணியிரான கிரானி அல்லது தலைக்கவச அணியினரால் நாங்கள் இனி ஆளப்படுவோம் என்பதைத் தெரிவித்தனர். அவர்களே எங்கள் காவலர்கள், கொடுத்த பணிகளை செய்கிறோமா என்பதை உறுதிப்படுத்தும் மேற்பார்வையாளர்களும் அவர்கள்தாம்.

அவர்கள் எண்ணிக்கையில் குறைவானவர்களே என்றாலும் தம்மை சர்வ வல்லமையுடையவர்களாகக் காட்டும் பீதியூட்டும் மாயைகளை உருவகித்து அந்தப் போதாமையைச் சரிக்கட்டினர். அவர்கள் தமக்கும் எங்களுக்கும் இடையே பெரும் இடைவெளியைப் பேணியதால் அந்தரோபோயினர் எங்களைப் போன்றவர்கள் அல்ல; அவர்கள் வேறு உயிரினம் என்று நாங்கள் ஏற்றுக்கொள்ளத் தொடங்கினோம்.

கிரானியினர் முதல் வேலையாக எங்கள் மூத்தகுடிகள் அனைவரையும் பதவி நீக்கம் செய்தனர். அதற்குப் பதிலாக புதியவர்களை அவர்களே நியமித்தனர். முன்னர் மூத்தகுடிகளாக ஆண்களும்பெண்களும்இருந்தனர். ஆனால் இப்போது புதிதாக நியமிக்கப்பட்டவர்கள் அனைவரும் ஆண்கள். நாங்கள் சீக்கிரமாகவே கிரானியினரைப் போலவே இவர்களையும் கண்டு அஞ்சத் தொடங்கினோம்.

அடுத்ததாக அவர்கள் எங்கள் தேர்ந்திலியர்களைச் சிறையில் அடைத்து, எங்கள் விழாக்கள், பாட்டுக்கள், கதைகள், ஆட்டங்கள் அனைத்தையும் தடைசெய்தார்கள்.

24 அமிதாவ் கோஷ்

அவை பயனற்றவை என்றார்கள், எங்களுக்கு அவை அழிவுகாலத்தையே கொண்டுவந்துள்ளன, எனவேதான் நாங்கள் இந்த இழிநிலைக்கு வீழ்ந்து துன்பக்கேணியில் மாட்டப்பட்டிருக்கிறோம்.

எங்கள் நிலை கொடுமையிலும் கொடுமையானதாக இருந்தது. இருப்பினும் நாங்கள் இன்றி அந்தரோபோய்களின் பணி நிறைவேறாது என்பதை உணர்ந்துகொண்டோம். மாமலையை அவர்கள் தாக்க எங்கள் ஒத்துழைப்பு இன்றியமையாதது. அவர்கள் மலையேற அவசியமான பலசரக்குகளும் அவற்றை மலைமீது ஏற்றுவதற்கான கூலிகளையும் நாங்கள்தான் வழங்கினோம். நாங்கள் கொடுத்த பலசரக்குகள் இல்லாமல் மலையேற்றம் சாத்தியமில்லை. ஆக எங்கள் புனித மாமலையை அந்தரோபோய்கள் கைப்பற்ற நாங்களே துணைநின்றோம். கிரானிகளின் கண்காணிப்பில் நாங்கள் நிலத்தில் கடுமையாக உழைத்து அவர்கள் மாமலையைச் சூறையாடத் தேவையான பண்டங்களை விளைவித்தோம். எங்கள் இடம் இதுதான், நாங்கள் இந்த மண்ணைச் சார்ந்தவர்கள் என்றனர் கிரானிகள். எங்கள் உடல் ஏறுவதற்கு உகந்தது அல்ல. எங்களிடம் அதற்கான வலு இல்லை. எங்கள் உணவு பலவீனப்படுத்துவது, எங்கள் பழக்கவழக்கங்கள் சீரழிவானவை, எங்கள் நம்பிக்கைகள் வக்கிரமானவை, எங்கள் ஆன்மா பலவீனமானது, எங்களிடம் நெஞ்சுறுதி இல்லை. நாங்கள் வெறும் வர்வரவோய் மட்டுமே (எங்களை அப்படித்தான் அழைத்தார்கள்).

எங்களில் பலரும் இவை எல்லாவற்றையும் நம்பினோம். மகாபர்வதத்தின் மாயமான, பளபளத்த பனியின்மீது அந்தரோபோய் ஏறியபோது எங்கள் கண்கள் தவிர்க்க இயலாமல் அவர்களையே சுற்றிவந்தன. பிடிக்கயிறுகளையும் பாரக்கயிறுகளையும் பயன்படுத்தி அவர்கள் தம்மை மேலே இழுத்துக்கொண்டதைக் கண்கொட்டாமல் பார்த்தோம். மேலே செல்லும் முனைப்பில் அவர்கள் ஒருவருக்கொருவர் சண்டையிட்டுக்

கொண்டதையும் பார்த்தோம். அவர்களில் சிலர் தொடர்ந்து ஏற மறுத்துக் கலகம் செய்தார்கள். கலகக்காரர்கள் மேலேயிருந்து தள்ளிவிடப்பட்டதைக் கண்டு பீதியடைந்தோம். இத்தகைய திடீர்த் திருப்பங்கள் நிறைந்த கொலையுதிர் நிகழ்வுகள் எங்கள் முழுக்கவனத்தையும் ஈர்த்த காட்சிப்படுத்தலாக இருந்தன. இப்பள்ளத்தாக்கில் நாங்கள் வாழ்ந்துவந்த உப்புச்சப்பற்ற வாழ்க்கையைவிட அந்தரோபோய்களின் வாழ்க்கை காணப் பரவசமானதாக மயிர்கூச்செறிவதாக இருந்தது! கிரானிகள் எங்களிடம் அந்தப் பக்கமாகப் பார்க்க வேண்டாம், எங்கள் பணி நிலத்தில் விளைவிப்பதுதான், மலையேறுபவர்களுக்கு அவசியமான பண்டங்கள் தீராமல் பார்த்துக்கொள்வதுதான் என்று சொல்லிக்கொண்டே இருந்தது, எங்கள் ஆர்வத்தை மேலும் தூண்டியது.

காலப்போக்கில் மாமலை பற்றிய எங்கள் பார்வையில் மாற்றம் ஏற்பட்டது. மாமலைமீது எங்களுக்கு இருந்த பயபக்தி அதிலிருந்து மெதுவாக நீங்கி, மலையேறும் காட்சிகளில் ஐக்கியமானது. எங்கள் நெஞ்சத்தில் மலை

ஆட்கொண்டிருந்த உயர்ஸ்தானத்தை இந்தக் காட்சிப் படுத்தல் எடுத்துக்கொண்டதும், நாங்களும் மலையேறத் துடித்தோம்.

வர்வரவோய்களான எங்களில் சிலர் அவர்களுடைய ஏற்றத்தைப் பிறரைவிட கவனமாக அவதானித்தோம். கூலிகள், சுமைதூக்கிகள், ஷெர்பாக்கள். இவர்கள் அனைவருமே புதிய மூத்தகுடிகளின் குடும்பத்தவர்கள். அந்தரோபோய்களின் மலையேற்றம் பற்றி அவர்கள் எங்களிடம் கூறியவை எங்கள் பேராசையைக் கொழுந்துவிட்டு எரியச் செய்தன. எங்கள் பள்ளத்தாக்கில் விவேகம் எப்போதும் பெண்களிடம்தான் இருந்தது. ஆனால் புதிய மூத்தகுடிகளில் யாருமே பெண்கள் அல்ல என்பதால் தலைமைத்துவம் எங்கள் மாமலையைச் சிறிதும் அறியாதவர்களின் கைகளுக்கு – வலுவான, பேராசைமிக்க தமது சித்தத்தை ஈவிரக்கமின்றி அமல்படுத்தும் ஆண்களின் கைகளுக்கு – சென்றது. எண்ணிக்கையில் குறைந்துவந்த கிரானியினர் எங்கள் தலைமை சார்ந்து இயங்கத் தொடங்கினர். சில காலம் சென்றதும் எங்கள் மூத்தகுடிகள் கிரானிகளின் தலைமையைக் கையகப்படுத்தத் திட்டமிட்டனர்.

எங்கள் மூத்தகுடிகளின் தூண்டுதலில் நாங்கள் கிரானிகளின் உத்தரவுகளை மீறத் தலைப்பட்டோம், முதலில் கமுக்கமாக இதைச் செய்தோம், பின்னர் வெளிப்படையாகவே மீறினோம். காலம் செல்லச்செல்ல எங்கள் நெஞ்சழுத்தம் கூடியது. நிலைமை எங்களுக்குச் சாதகமானது. அவர்கள் வெகுசிலர்; நாங்களோ பலர் என்பதை உணர்ந்தோம். எங்களிடம் எதிர்பார்க்கப்பட்ட பணிகளை மேற்கொள்ளாமல் பணிமுடக்கம் செய்தால், மலையேறுபவர்களின் செயல்திட்டத்தில் இடையூறு செய்ய முடியும் என்பதை உணர்ந்தோம். சில சிறு மோதல்களிலும் போராட்டங்களிலும் வெற்றியும் கண்டோம். சர்வ வல்லமை படைத்ததான மாயை இனி செல்லுபடியாகாது என்று கிரானிகள் உணர்ந்த காலமும் வந்தது. எங்களைப்

போன்ற உழைப்பாளிகளின் தேவையையும் அவர்களுக்கு முன்னர்போல இருக்கவில்லை. ஏனெனில் இதற்குள் அந்தரோபோயினர் மாமலையில் புதையல்களை தங்களுக்குத் தேவையான அளவு கண்டெடுத்துவிட்டனர். எனவே ஒருநாள் கிரானிகள் இரவில் மறைந்து, விரைந்து சென்று பிற அந்தரோபோயினருடன் இணைந்து கொண்டனர்.

4

மலையேறுவதற்கான எங்கள் பாய்ச்சல் உடனடியாகத் தொடங்கியது. நாங்கள் வர்வரவோய்கள் மூடத்தனமான அவசரத்தில் மூச்சைப்பிடித்து மாமலையை நோக்கிச் சாடியபோதுதான் நாங்கள் எல்லோரும் ஒன்றாக ஏறப்போவதில்லை என்பது தெளிவானது. அந்தரோபோயினருக்குத் தேவைப்பட்டது போலவே எங்களில் மலையேறும் சிலருக்குப் பள்ளத்தாக்கிலிருந்து பண்டங்களை அனுப்பிவைக்கும் உழைப்பாளிகள் தேவைப்பட்டார்கள். இதைப் புரிந்துகொண்டதும் பள்ளத்தாக்கில் பெரும் கொந்தளிப்பு ஏற்பட்டது. சில கிராமங்கள் அண்டை கிராமங்களைத் தாக்கி. அவர்களைக் கொத்தடிமைகளாகவும் அடிமட்டக் கூலிகளாகவும் ஆக்க முயன்றார்கள். இன்னும் சில கிராமங்களில், முன்செல்லும் வேகத்தில், சுற்றத்தார் ஒருவரை ஒருவர் தாக்கிக்கொள்ள, சமூகம் பிளவுண்டது. பள்ளத்தாக்கு எங்கும் ரத்தக்களரி. இதனால் ஏற்பட்ட படுகொலைகளும் பேரழிவும் அந்தரோபோய் எங்கள்மீது முன்னர் ஏவியதைவிடக் கொடுமையானவையாக இருந்தன. இது சில காலம் சென்றபிறகு புதிய நிர்வாகம் ஒருவாறாகக் கைகூடியது. எங்கள் கிராமங்களிலிருந்து தேர்ந்தெடுக்கப்பட்ட புதிய படையணியினரின் துப்பாக்கி

முனையில் பள்ளத்தாக்கின் பெரும்பான்மையினர் மலையடிவாரத்துடன் நிறுத்தப்பட்டனர். இந்தப் படையணியினர்தான் வர்வரவோய்களின் கிரானியினர்.

இப்போது மகாபர்வதத்தின்மீது அடுத்த தாக்குதல் – முந்தையதைவிட இன்னும் நுட்பமாகத் திட்டமிடப்பட்டு– தொடங்கியது. ஏறுதல் இப்போது இன்னும் கடினமானதாக இருந்தது ஏனெனில் அந்தரோபோயினர் மலைச்சரிவுகளைக் குப்பைக்கூளமாக்கி வைத்திருந்தனர். இந்தக் கஷ்டங்களையும் மீறி நாங்கள் விடாப்பிடியாக முயன்றோம். இது எங்களால் முடியாத பணி அல்ல என்பது விரைவில் தெளிவானது. எங்கள் உடல் வலுவானது, எங்கள் அறிவு கூர்மையானது, எங்களிடம் நெஞ்சுரமிருந்தது, எங்கள் தீர்மானம் உறுதியானது.

நாங்கள் வேகவேகமாக ஏறினோம். பள்ளத்தாக்கில் உழைப்பாளிகள் இன்னும் இன்னும் கடுமையாக உழைத்தனர். கடுமையாக உழைத்தால் மலையேற அனுமதிக்கப்படுவார்கள் என்று அவர்களுக்கு வாக்குறுதி அளித்திருந்தோம். – இந்த நம்பிக்கைதான் அவர்களைத் தொடர்ந்து செயல்படவைத்தது. விரைவில் செய்தி மலையடிவாரம்வரை பரவி அங்கிருந்தும் மக்கள் எங்களோடு இணைந்துக்கொள்ளப் பள்ளத்தாக்கில் குவிந்தனர்.

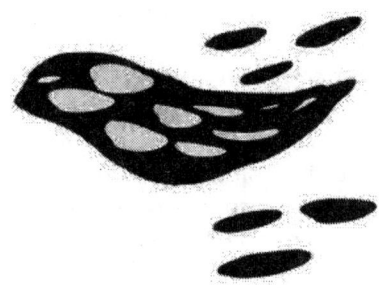

எங்கள் ஏற்றம் அபாரமானது. அந்தரோபோயினரை விடக் குறைந்த நேரத்தில் இதைச் சாதித்தோம். நாங்கள் எதிர்ப்பார்த்ததைவிட வேகமாக மலையுச்சியைக் கண்டோம். அந்தரோபோயினர் மேகங்களால் மூடப்பட்ட மலையுச்சியை அடையாமல் தடுமாறிவிட்டனர் என்பதைக் கண்டு திகைத்தோம். இதே வேகத்தில் முன்னேறினால் இதுவரை நாங்கள் நினைத்தே பார்த்திராததைச் சாதிக்க முடியும் என்பதைப் புரிந்துகொண்டோம். அதாவது எங்களில் சிலரால் ஒருகாலத்தில் நாங்கள் புனிதமானதாக நினைத்த மலைமுகட்டில் கால்பதிக்க முடியும்.

5

பரவசத்துடன்கூடிய மன எழுச்சி இப்போது எங்களை ஆட்கொண்டது. உற்சாகம் ததும்பி ஆயாசம் ஏற்பட்டதும் சற்றே ஓய்வெடுத்துவிட்டு இறுதித் தாக்குதல் தொடுத்தோம். நாங்கள் ஒருவர் முதுகை ஒருவர் தட்டிக்கொடுத்தும் மார்தட்டிக்கொண்டும் உற்சாகமாக நிற்கையில் சில அந்தரோபோய் நிபுணர்கள் எங்களை நோக்கிப் பரபரப்பாகக் கைகாட்டி மலையடிவாரத்தைச் சுட்டுவது தெரிந்தது.

தலையைத் திருப்பிப் பார்க்கையில் கண்ட காட்சி அதிர்ச்சியளித்தது. மலையேறியவர்களின் மொத்த எடை மலையின் தாழ்வாரத்தில் பனியைக் குலைத்துப் பல நிலச்சரிவுகளையும் பனிச்சரிவுகளையும் ஏற்படுத்திப் பள்ளத்தாக்கில் எங்கள் சக கிராமத்து மக்களைப் பெரும் எண்ணிக்கையில் கொன்றது.

நாங்கள் அதிர்ச்சியில் பேயறைந்ததுபோல நின்றோம் ஆனால் எதுவும் செய்ய முடியவில்லை. இனி நாங்கள் திரும்பிப் போக முடியாது. நாங்கள் திரும்பிச்செல்ல விரும்பினாலும்கூடக் கீழே கிராமத்து மக்கள் அனுமதிக்க மாட்டார்கள். அவர்கள் இனி பிழைத்துக்கொள்ள ஒரே வழி எங்களைத் தொடர்ந்து மலையேறி வருவதுதான்.

நாங்கள் இறந்துபோன எங்கள் உற்றாரை மறந்தோம். அவர்கள் ஏழைகள்தானே. எண்ணிக்கையில் அநேகர் இருந்ததால் அவர்களில் சிலர் இறந்ததில் இழப்பேதுமில்லை. நாங்கள் மீண்டும் ஒரு தீர்மானத்தோடு ஒன்றுதிரண்டு வெறியோடு மலைச்சரிவுகளில் இன்னும் வேகமாக,இன்னும் திடமாக ஏறினோம். நாங்கள் ஏறிக்கொண்டிருக்கையில் அந்தரோபோய் நிபுணர்கள் மீண்டும் கைகாட்டுவதைக் கண்டோம். இம்முறை மலையடிவாரத்தை நோக்கி அல்ல, மலையையே சுட்டினார்கள். எங்களுக்கு இது புதிராக இருந்ததால், நாங்கள் மலையைத் தட்டி, ஆராய்ந்தபடியே ஏறினோம். அப்போது அதில் விசித்திரமான பிளவுகள் எங்கும் ஏற்படுவதைக்கண்டோம். எங்கள் ஒவ்வொரு அடியும் எங்கோ மண்சரிவை ஏற்படுத்தியது. இதில் அந்தரோபோயினரும் அடித்துச் செல்லப்பட்டார்கள். இருப்பினும் நாங்கள் தொடர்ந்து வேகவேகமாக ஏறினோம்.

இந்தக் கடும் சோதனைகளால் அந்தரோபோயின ரிடையே மனமாற்றம் ஏற்பட்டது, குறிப்பாக அவர்களுடைய நிபுணர்களிடையே. அவரில் பலர் எங்களைச் சந்தித்து உரையாடினார்கள். அவர்கள் எங்களை இப்போது வர்வரோய் என்றழைக்கவில்லை. எங்களை நட்புடன்

அணுகி மாமலையின் செல்வங்களை எங்களுடன் கொஞ்சம் பகிர்ந்துகொண்டார்கள். அவ்வப்போது தங்கள் அறிவாற்றலையும் பகிர்ந்துகொண்டார்கள். எங்கள் மலையால் குறைந்த எண்ணிக்கையில்தான் மலையேறுவோரைத் தாங்கிக்கொள்ள முடியும் என்று அந்த நிபுணர்கள் இப்போது கணக்கிட்டுள்ளார்கள் என்பதை அப்படித்தான் அறிந்துகொண்டோம். ஒரு அளவுக்குமேல் மலையேறுவோர் பெருகினால், இப்போது நடப்பதுபோல பனியுருகத் தொடங்கிவிடும். விரைவில் அது பள்ளத்தாக்கை மூழ்கடித்து அனைத்தையும் அடித்துச்சென்றுவிடும்.

இது எங்களைத் திகைக்கவைத்தது. தாங்கள் எங்களைவிட வலுவானவர்களாக இருப்பதற்குக் காரணம் தமது உயர் சிந்தனைகள், எங்கள் பள்ளத்தாக்கில் நிலவிய பிழையான நாட்டுப்புற நம்பிக்கைகளைப்போல அல்லாது, பிரபஞ்சம் தழுவியவை என்று எங்களிடம் அந்தரோபோயினர் எப்போதும் சொல்லிவந்தார்கள். நாங்கள் மரபார்ந்து நம்பிவந்த மாமலையின் புனிதத்தன்மை முட்டாள்தனமான புறச்சமய மூடநம்பிக்கை என்றார்கள். 'பிரபஞ்ச விதி'களின் பொருள் என்ன? எல்லா மக்களாலும் ஒருபோல் செயல்பட முடிய வேண்டும் அல்லவா? எல்லா மலைகளும் ஒன்றுதான். மலையேறுபவர்கள் வலுவானவர்களாக, அறிவார்ந்தவர்களாக, உறுதிகொண்டவர்களாக இருந்தால் போதுமே.

இப்படி வெள்ளிடைமலையாக இருக்கும் ஒரு விஷயத்தை எப்படி மறுக்க முடியும், எங்கள் மாமலை செய்துகாட்டுவதைப்போல அல்லாமல்? சொற்கள் இன்றி, உரத்த விவாதம் இன்றி! ஒருக்கால் எங்கள் தேர்ந்திலிகள் சொல்வதுபோல மாமலையின் கருத்தாக்கத்தைப் புரிந்துகொள்ள நாங்கள் எங்கள் மூளைகளால் அல்லாமல் உள்ளங்கால்களால் கூர்ந்து கேட்க வேண்டுமோ?

6

இப்போது என்ன செய்வது? நாங்கள் தலையை சொறிந்தபோது அந்தரோபோயினர் எங்களை சந்தித்துக் கலந்தாலோசிக்கத் தூதர்கள் குழுவை அனுப்பியிருப்பதைக் கண்டோம். பழைய கிரானியினர் சிலர்கூட இந்தக் குழுவில் இருந்தார்கள். நாங்கள் எல்லோரும் இப்போது எதிர்கொள்ளும் பிரச்சினைகளுக்கு அவர்களிடம் ஏதேனும் தீர்வு உள்ளதா என்பதைக் கண்டறிய அவர்களை சந்திக்க முடிவுசெய்தோம். பயன்தராத நீண்ட பேச்சுவார்த்தையை அவர்களுடன் நடத்தினோம். எமது பிரச்சினைக்கு மூல காரணம் நாங்கள்தான் என்று ஒரே போடாகப் போட்டனர் முன்னாள் கிரானியினர். இதுபோன்ற மலையேறும் பணியில் அதிக எண்ணிக்கையில் நாங்கள் ஈடுபட்டதே, இந்தப் பேரழிவுக்குக் காரணம் என்றார்கள். நாங்களே பின்னால் வந்தவர்கள்; ஆகவே மாமலையை விட்டுவிட்டுப் பள்ளத்தாக்கிற்கு நாங்கள் திரும்பிவிடவேண்டும். இது அந்தரோபோய்களின் யுகம். இதில் எங்களுக்கு இடமில்லை.

எல்லா மக்களும் எல்லா மலைகளிலும் ஏற வேண்டும் என்று சொன்னது நீங்களல்லவா என்று நாங்கள் எதிர்க்குரல் கொடுத்தோம். உங்கள் செயல்முறையை நாங்கள் பின்பற்ற வேண்டும் என்று சொன்னது உங்கள் நிபுணர்கள்தானே ! உங்கள் பாதையில்தானே நாங்கள் பயணித்தோம். இவ்வளவு தூரம் நாங்கள் ஏறியதே அதிசயம்தான் ஏனெனில் நாங்கள் ஏறத் தொடங்கிய காலத்திலேயே நீங்கள் மாமலையில் பெரும்பான்மை செல்வங்களைப் பயன்படுத்தித் தீர்த்துவிட்டீர்கள்.

கிரானிகள் இதைப் பொருட்படுத்தவில்லை. இவை எல்லாம் முடிந்துபோன விஷயம், அதைப் பேசி என்ன பயன் என்றனர். நாம் அந்தரோபோயினரின் யுகம் பற்றிப் பேசுவோம். எங்களைப் பாருங்கள், நாங்கள் அந்தரோபோயினர், எங்களுக்கே எல்லாம் தெரியும். நீங்கள் வர்வரவோயினர்; எங்களை முன்னைவிட இன்னும் நுட்பமாக நகல்செய்ய வேண்டும். எங்களைக் கூர்ந்து கவனித்தால் நாங்கள் மலையில் மெல்லமெல்ல ஏறப் புதிய வழிமுறைகளைக் கைக்கொள்வது தெரியும். நீங்கள் செய்யவேண்டியது இதுதான். நீங்கள் முந்தைய மோசமான முறையில் மலையேறுவதை நிறுத்த வேண்டும். எங்களைப்போல மென் அடிகள் எடுத்துவைக்கப் பழக வேண்டும்.

அதற்கெல்லாம் நேரமில்லை என்று நாங்கள் கதறினோம். கிராமத்திலிருக்கும் எங்கள் மக்கள் நாங்கள் குறைந்த நேரத்தில் முடிந்த அளவு உயரத்திற்கு ஏற வேண்டும் என்று எதிர்பார்க்கிறார்கள். அப்போதுதான் அவர்களும் ஏறத் தொடங்க முடியும். நீங்களும் உங்கள் மக்களும் எங்களைவிட மலைச்சரிவின் மேலே இருப்பதால் பாதுகாப்பாக இருக்கிறீர்கள். நீங்கள் மெல்ல நடைபயின்றால்கூடப் பனிச்சரிவு ஏற்படத்தான் செய்யும்; அது எங்களை அடித்துச்செல்லும். எங்கள் மக்களுக்கும் எங்களுக்கும் அழிவுதான்.

ஆனால் அது உங்கள் பிழைதான் என்றார்கள். உங்கள் முன்னோர்களின் முட்டாள்தனமான நம்பிக்கைகள் உங்களுக்குத் தடையாக நிற்க நீங்கள் அனுமதிக்காமல் இருந்திருந்தால் நீங்களும் மேலே சென்றிருப்பீர்கள். உங்கள் விதியை ஏற்றுக்கொள்வதைத் தவிர இப்போது செய்வதற்கு எதுவுமில்லை.

அவர்களுடன் விவாதிப்பதில் எந்தப் பயனும் இல்லை என்பதை இப்போது உணர்ந்தோம். அவர்களை இட்டுச்செல்லும் மலையேறிகளுக்குத் தமது மனதின்

ஆழத்தில் மாமலையைப் பற்றிய அக்கறை இல்லை. அவர்களால் அதை விளங்கிக்கொள்ளவும் முடியவில்லை. அவர்கள் அக்கறை கொண்டுள்ள விஷயம் எப்போதும் மலைச்சரிவில் எங்களுக்கு மேலே இருக்க வேண்டும், எப்போதும் தாங்கள் சொன்னது சரி, நாங்கள் எப்போதுமே பிழை என்று நிறுவ வேண்டும். அவர்கள் நினைத்தாலும் மலையேறுவதை நிறுத்தவே முடியாது. அது அவர்களுக்கு போதை பொருள்போல. அவர்களின் உடலுக்கு அது அவசியம் தேவைப்பட்டது. மேலும் அவர்களால் எப்படித் திரும்பிப் போக முடியும்? அவர்களுடைய அதீதமான சுய பெருமிதம் அவர்களை அனுமதிக்காது. ஏனெனில் அதற்கு அவர்கள் தமது கடந்த காலத்தை, தமது சிந்திக்கும், மலையேறும் முறைமைகளையும் துறக்க வேண்டும். அவர்களுடைய நிபுணர்களுக்கு ஒவ்வொன்றும் எப்படிச் செயல்படுகின்றன என்பது தெரியும். ஆனால் அவற்றின் உட்பொருள் தெரியாது என்பதை ஏற்க வேண்டும். அவர்களுடைய கதைகள் பிழையானவை; ஏனெனில் அவர்களுடைய கதைசொல்லிகளுக்கு மரங்களும் மலைகளும் வாழும் ஜீவராசிகள் என்பது தெரியாது என்பதை ஒப்புக்கொள்ள வேண்டும். எங்களுடைய பிரச்சினைகளுக்குக் காரணம் மலையேறிய விதம் அல்ல, மலையேறியதேதான் பிரச்சினை என்பதை ஏற்றுக்கொள்ள வேண்டும். அப்படிப்பட்ட மாற்றங்கள் நடக்கும் என்று நம்புவது வீண்.

எங்கள் நிலைதான் என்ன? நாங்களாவது திரும்பிப்போக முடியுமா? முடியாது! அதுவும் இப்போது சாத்தியமற்றதே. எங்கள் உடல்களும் இந்த போதைக்குப் பழகிவிட்டன, மேல்மட்டத்தில் அழுத்தம் குறைந்த காற்றுமண்டலத்திற்கு, எங்கள் மலையேற்றத்தின் பரபரப்பிற்கும் பழகிவிட்டோம். பள்ளத்தாக்கிலிருக்கும் எங்கள் உறவுகளும் நாங்கள் திரும்பிவர அனுமதிக்க மாட்டார்கள். ஏனெனில் அவர்கள் நம்பிக்கை இழந்துகொண்டிருந்தார்கள்; எங்களை வேகமாக ஏறும்படி தூண்டிக்கொண்டிருந்தார்கள். தொடர்ந்து

ஏறுவதைத் தவிரச் செய்வதற்கு ஒன்றுமில்லை. ஆக, கனத்த நெஞ்சத்துடன் தொடர்ந்து ஏறினோம். ஒவ்வொரு அடி எடுத்துவைக்கும்போதும் எங்கள் அழிவை நோக்கிச் செல்கிறோம் என்பதை எங்களால் மறக்க முடியவில்லை.

இருப்பினும் நாங்கள் வெறித்தனமாக முன்னேறினோம். எங்களுக்கும் முன்னே சென்ற அந்தரோபோய் மலையேறிகளுக்கும் இடையிலான இடைவெளி வேகமாகக் குறைந்துவந்தது. விரைவில் அவர்களுடைய முகாம்களைக் வெறும் கண்ணால் காணும் தொலைவுக்கு வந்துவிட்டோம்.

7

இப்போது, நீண்டகாலம் காத்திருந்த தருணம் நெருங்குகையில், நாங்கள் சென்றடைய வேண்டிய இடத்தைக் கிட்டத்தட்ட எட்டிய நிலையில், இன்னொரு அதிர்ச்சி காத்திருந்தது. எங்களுக்கும் அந்தரோபோயிக்குமான இடைவெளி ஏன் இவ்வளவு சரசரவெனக் குறைந்தது என்பதை அறிந்தோம். காரணம் அவர்களில் பலரும் ஏறுவதை நிறுத்திவிட்டார்கள். கிரானிகள் அவர்களையும் அடக்கியாளத் தொடங்கிவிட்டார்கள். முன்னர் எங்களை வைத்து செய்வித்ததைப் போலவே அவர்களையும் மலையின் செல்வங்களைத் தோண்டியெடுக்கும்படி – இயந்திரங்களைக் கட்டமைத்து அவற்றைத் தூக்கிச் செல்லும் திட்டத்துடன் – கட்டாயப்படுத்துகிறார்கள். இந்த இயந்திரங்கள் சிறியவை. அவற்றில் அவர்கள் தலைவர்களுக்கும் கிரானியினருக்கும் எங்களுடைய சில மூத்த குடியினருக்கும் மட்டுமே இடமிருந்தது. மற்றவர்களை அந்தரோபோயினரில் பெரும்பான்மையினரை, நிபுணர்களையும்கூட, அங்கேயே விட்டுச் சென்றுவிடுவார்கள் (கிரானிகள் தங்கள்மீது

ரகசியமாகக் காழ்ப்புக் கொண்டிருந்ததை நிபுணர்கள் இப்போதுதான் அறிந்தார்கள்).

இப்போது சட்டென நிலைமை மாறியது. அந்தரோபோயினர் பெருங்கூட்டமாக – நாங்கள் நீண்டகாலம் அழுததைப்போல – துக்கத்தில் கதறியபடியே எங்களை நோக்கி ஓடிவந்தார்கள். நாங்கள் அனைவரும் எதிர்வரும் ஆபத்தை முன்னுணர்ந்ததால் கைபற்றி அரவணைத்து இணைந்தோம். இப்போது நாங்கள் அந்தரோபோயும் வர்வரவோயும் அல்ல, நாங்கள் ஓரினம்.

அந்தரோபோய் அறிஞர்கள் சொன்னார்கள், "ஒருவேளை, உங்கள் நம்பிக்கைகளில் கொஞ்சம் விவேகம் இருக்கலாமோ என்று தோன்றுகிறது. உங்கள் பரம்பரைக் கதைகளைச் சொல்ல முடியுமா, உங்கள் பழைய பாடல்களைப் பாடமுடியுமா, உங்கள் ஆடலை நிகழ்த்திக்காட்ட முடியுமா? அப்போது உங்கள் மாமலை உண்மையிலேயே ஜீவனுடையதா என்பதை நாங்கள் நிர்ணயிக்க முடியும்."

நாங்கள் எங்கள் முந்தைய கதைகளை, பாடல்களை, ஆட்டத்தை மறந்துவிட்டதை உணர்ந்து திகைத்தோம். நாங்களும் அவை அபத்தமானவை, கற்பனையானவை, அந்தரோபோயுகத்தில் அவற்றுக்கு இடமில்லை என்று நம்பத் தொடங்கிவிட்டோம். எங்கள் பழமையான வழிமுறைகளை ஞாபகம் வைத்திருந்த யாரேனும் உள்ளனரா என்று தேடினோம்.

சல்லடைபோட்டுத் தேடிய பிறகு, முன்னர் தேர்ந்திலியாக இருந்து, அதை கிரானிகளுக்குத் தெரியாமல் மறந்துவிட்ட ஒரு மூதாட்டியை கண்டுபிடித்தோம். அவரை ஆடவைப்பது எளிதாக இருக்கவில்லை, இருப்பினும் இறுதியில் அவர் ஒரு ஆட்டத்தை நிகழ்த்தினார். அவர் ஆட்டத்தில் மூழ்கியதும், வினோதமான மாயமந்திரமான காரியம் நடந்தது. மாமலை இந்த ஆட்டத்திற்கு இசைவாக எங்கள் காலடியில் அதிர்ந்தது.

நாங்களெல்லாம் வியந்தோம், எங்களைவிட அந்தரோபோயினர் உணர்ச்சிவசப்பட்டுக் கத்தினார்கள் "நீங்கள் சொன்னது சரிதான்! மாமலை உயிர்த் துடிப்போடு இருக்கிறது! அதன் இதயத் துடிப்பை எங்கள் காலடியில் உணர்கிறோம்! அப்படியெனில், பாவம் இந்த அருமையான மலையை இனி நாம்தான் கவனித்துப் பராமரிக்க வேண்டும்."

இந்தத் தருணத்தில் தேர்ந்திலி தன் சுழலாட்டத்தைக் கோபம் தெறிக்க நிறுத்தினார்.

'என்ன துணிச்சல் உங்களுக்கு! மாமலையைப் பற்றி அது ஒரு குழந்தைபோலவும், ஒரு விளையாட்டுச் சாதனம்போலவும் நீங்கள் அதன் எஜமானர்கள்போலவும் பேசும் துணிச்சல் உங்களுக்கு எப்படி வந்தது? இதுவரை அது கற்றுத்தந்தது எதுவும் உங்களுக்குப் புரியவில்லையா? ஒன்றுமே புரியவில்லையா?"

நூலாசிரியர் பற்றி...

அமிதாவ் கோஷ் 1956இல் பிறந்தவர். இந்திய ஆங்கில எழுத்தாளர்களில் மிக முக்கியமான படைப்பாளிகளில் ஒருவராக மதிக்கப்படுபவர். ஆங்கிலத்தில் எழுதினாலும் பல இந்திய ஆங்கில எழுத்தாளர்களை விடவும் முழுமையான 'இந்திய' எழுத்தாளர்.

இந்திய ஆங்கில எழுத்தாளர்கள் பலருடைய எழுத்தின் புற வடிவில் இந்தியத்தன்மை இருந்தாலும் அகத்தில் இந்தியத்தன்மை இல்லாமையே இவர்கள் வெளிநாட்டு வாசகர்களுக்காக எழுதுகிறார்கள் என்ற விமர்சனத்துக்கு முக்கியக் காரணம். முதலாம் உலக நாடுகளின் வாசகர்கள் இந்திய நாவலில் எதைப் பார்ப்பதற்கு விரும்புகிறார்களோ அதை மட்டும் எழுதுகிறார்கள் என்ற விமர்சனமும் பல இந்திய ஆங்கில எழுத்தாளர்கள் மீது வைக்கப்படுகிறது. இந்த விஷயத்தில் மிகச் சில விதிவிலக்குகளில் ஒருவர் அமிதாவ் கோஷ். அமிதாவ் கோஷின் நாவல்கள் வங்காள உணர்வுகளை முழுமையாகக்

கொண்டிருப்பவை. அவருடைய நாவல்கள் உலகின் எந்தப் பகுதிக்கு நகர்ந்தாலும், ஒரு வங்காளியின் பார்வையிலேயே சொல்லப்படுகின்றன.

இவருடைய நாவல்கள் ஒருவரின் தேசிய அடையாளத்தையும் தனிப்பட்ட அடையாளத்தையும் கண்டறிவதற்கான சிக்கலான கதையாடல் உத்திகளைக் கொண்டவை. இந்தியர்கள் உள்ளிட்ட தெற்காசிய மக்களின் அடையாளச் சிக்கல்கள் பற்றிய கூர்மையான விசாரணைகளை இவர் நாவலில் காணலாம்.

ஒவ்வொரு நாவலையும் எழுதுவதற்கு முன்பு அமிதாவ் கோஷ் எடுத்துக்கொள்ளும் சிரத்தையும், கடுமையான உழைப்பும் அலாதியானவை. அவருடைய சமீபத்திய முக்கதைகளான 'Sea of Poppies', 'River of Smoke', 'Flood of Fire' ஆகியவற்றை அவருடைய ஆகச் சிறந்த படைப்புகள் எனலாம். கிழக்கிந்திய கம்பெனியால் உருவாக்கப்பட்ட அபின் வர்த்தகத்தால் பிரிட்டனுக்கும் சீனாவுக்கும் நடந்த 'ஓப்பியம் போர்' பற்றிய இந்நாவல் தொகுப்பு வலுவான வரலாற்று ஆதாரங்களைக் கொண்ட மாபெரும் புனைவு.

அமிதாவ் கோஷ் நாவல்களில் ஒரு வரலாற்றுப் பேராசிரியராகவும் புனைவற்ற எழுத்துக்களில் அற்புதமான கலைஞராகவும் உருவெடுக்கிறார் என்று அமிதாவ் கோஷின் தீவிர வாசகரான ஜி. குப்புசாமி மதிப்பிடுகிறார்.

அமிதாவ் கோஷின் 'Glass of Fire' நாவல் 2001ஆம் வருடம் காமன்வெல்த் எழுத்தாளர் விருதுக்கான இறுதிப் பட்டியலுக்குத் தேர்வானபோது அமிதாவ் கோஷின் கோபமான முகம் உலகுக்குத் தெரிந்தது. பரிசுப் பட்டியலிலிருந்து தனது நாவலை விலக்கிவிடுமாறு காட்டமாக அறிவிப்பு வெளியிட்டார். காமன்வெல்த் என்ற அடைப்புக்குள் எழுத்தாளர்களைச் சுருக்கிப் பரிசு வழங்குவதை ஏற்றுக்கொள்ள முடியாது என்றார். இதை அமிதாவ் கோஷின் அடையாள முத்திரை என்றும் கொள்ளலாம்.

'வாழும் மாமலை' என்னும் இந்தக் கதை நம் காலத்தின் மிக முக்கியமான பிரச்சினையை மரபார்ந்த புனைவுக் கதை உத்தியில் முன்வைக்கிறது. நமது சுற்றுச்சூழல் நெருக்கடிகளுக்கும் நமது வாழ்க்கைப் பார்வைகளுக்குமான எதிர்மறையான தொடர்பை ஈவிரக்கமின்றி அம்பலப்படுத்தும் இந்தக் கதை வாசிப்பவரின் பார்வைக்கேற்ப உருமாறும் தன்மை கொண்டது.

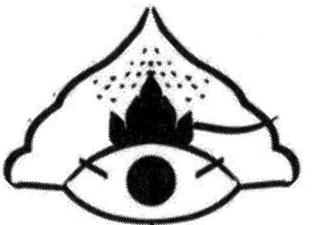